CHAMBRE CONSULTATIVE

INDIGÈNE DE L'ANNAM

(Trung-Kỳ Tư-Vấn Hội-Đồng)

PROCÈS-VERBAUX

en Quốc-Ngữ des Séances de la Session de 1924

(Avec traduction en Français)

HUÉ

IMPRIMERIE DAC-LAP
BUI-HUY-TIN & Cie

1924

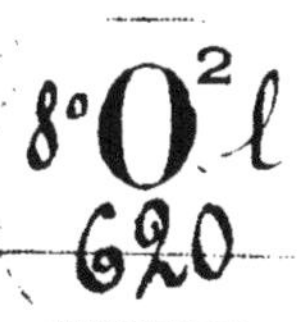

CHAMBRE CONSULTATIVE

INDIGÈNE DE L'ANNAM

(Trung-Kỳ Tư-Vấn Hội-Đồng)

PROCÈS-VERBAUX

en Quốc-Ngữ des Séances de la Session de 1924

(Avec traduction en Français)

TRUNG-KỲ TƯ-VẤN HỘI-ĐỒNG

Hội-đồng ngày 15 Septembre 1924 *(buổi chiều)*

Chiều ngày mười lăm đúng 3 giờ, các Nghị-viên đến đủ mặt, quan quyền Khâm-sứ LE FOL đứng làm chủ tọa, trước hết ngài tỏ lời chúc cho các Nghị-Viên đến Hội-Đồng kỳ nầy : Ngài có lời bố cáo cho các Nghị-viên biết rằng, ngài tiếc hội-đồng kỳ nầy quan Khâm-sứ PASQUIER đến không kịp mà dự hội, vậy ngài phải thay mặt cho quan Khâm-sứ PASQUIER mà mở hội-đồng tư-vấn kỳ nầy. Đoạn ngài nói đến công việc hội-đồng năm nay, có ba cái vấn-đề : một là công-ích nạp thục, hai là sự phí các trường làng, ba là tàu bay đạc điền, ba khoản ấy giao cho hội-đồng bàn bạc ý kiến thế nào, trình lại cho nhà-nước rõ, Ngài ủy cho quan Chưởng-lý-phòng-hộ FUGIER GARREL đại diện cho ngài trong kỳ hội-đồng nầy, mà đem các bản ngân sách dự trù thu nhập và chi tiêu giao cho các Nghị-viên và giảng giải rõ ràng cho tất cả hội-đồng nghe.

Đoạn quan Nghị-trưởng đứng thay mặt cho cả hội-đồng đáp từ cám tạ quan Khâm-sứ và đem ba việc yếu nài mà tỏ ra với ngài : 1° — về khoản thuế điền-thổ gia tăng (bách phần chi tam thập) năm ngoái, không cho hội-đồng biết trước ; 2° — các vấn-đề không cho hội-đồng biết trước mười lăm ngày ; 3° — các sự thỉnh cầu của hội-đồng năm ngoái không thấy nhà-nước trả lời, ba đều ấy tưởng rằng nhà-nước không y theo chương-trình hội-đồng. Quan Khâm-sứ trả lời rằng : 1° — Sự tăng thuế năm ngoái thì đã có chỉ dụ Hoàng-đế, tưởng các Nghị-viên cũng đã tuân theo mà hiểu cáo cho dân ; 2° — Những cái vấn-đề mà không đưa trước cho hội-đồng là ngài tưởng kỳ nầy đợi quan Khâm-sứ PASQUIER dự hội nên ngài không

Chambre Consultative Indigène de l'Annam

Session Ordinaire de 1924

Procès-verbal de la séance du 15 Septembre 1924
Après-midi

A trois heures de l'après-midi, tous les membres sont présents. Monsieur le Résident Supérieur Le FOL vient présider la séance d'ouverture de la session ordinaire de 1924. Il souhaite d'abord la bienvenue aux élus et dit qu'il regrette que M. le Résident Supérieur titulaire PASQUIER ne soit pas encore de retour en Annam en ce moment pour présider cette séance d'ouverture de la session. Il entretient les membres des trois questions suivantes : rachat des prestations, — fonds de concours, — cadastrage par avion, et invite les élus à émettre leurs avis sur ces questions.

Il charge enfin un fonctionnaire européen de la Résidence Supérieure, M. Fugier Garrel, de soumettre à l'examen de la Chambre le projet de budget pour l'exercice 1924.

Ce fonctionnaire fait remettre à chacun des membre les copies des chapitres de recettes et de dépenses du dit budget et en donne des explications claires et précises.

Après les paroles prononcées par M. le Résident Supérieur, le Président de la Chambre se lève, et au nom de tous les Nghi-Viên, remercie M. le Chef de l'Administration locale de la marque de haute bienveillance qu'il a bien voulu tèmoigner à la Chambre. Il fait remarquer ensuite à M. le Résident Supérieur que l'Administration n'avait pas demandé l'avis préalable de la Chambre sur la question de la majoration de 30°/₀ de l'impôt foncier ; et que les questions que l'Administration lui pose actuellement ne lui ont pas été remises pour examen 15 jours avant la session ; enfin qu'aucune suite n'a encore été réservée sur vœux que

đưa trước, bây giờ đã đến ngày hội thì ngài phải tuyên bố cho hội-đồng nghe; 3· — Các điều yêu cầu của hội-đồng năm ngoái thì ngài đợi quan Khâm-sứ PASQUIER đến ngài sẽ nhắc lại với quan Khâm-sứ PASQUIER.

Năm giờ hội-đồng giải tán,

Thư-ký — *Nghị-trưởng*

Signé : LÊ-CƯƠNG-PHỤNG — *Signé :* HÀ-ĐẲNG

Vu :

Le Résident Supérieur en Annam,

Signé : P. PASQUIER

la Chambre a eu l'honneur de soumettre à l'autorité supérieure l'année dernière. Il ajoute que l'Administration semble avoir perdu de vue les règlements régissant la Chambre.

M. le Résident Supérieur répond qu'en ce qui concerne l'augmentation des impôts, les membres ont pu lire l'ordonnance royale les invitant à donner à la population toutes explications nécessaires à ce sujet; que si les questions sur lesquelles la Chambre est appelée à délibérer ne lui ont pas été soumises 15 jours avant l'ouverture de la session, c'est qu'il voulait attendre le retour de M. le Résident Supérieur PASQUIER qui devait présider cette session Il promet d'attirer l'attention de M. le Résident supérieur titulaire sur les vœux émis l'année dernière par la Chambre.

La séance est close à 17 heures.

Le Secrétaire
Signé : LE-CUONG-PHUNG

Le Président
Signé : HA DANG

Vu :

Le Résident Supérieur en Annam
Signé : PASQUIER

Hội-đồng ngày 16 Septembre 1924 (*buổi sáng*)

Sáng 16 khi tám giờ, hội-đồng các nghị-viên đến đủ mặt, quan Chưởng-Lý phòng Hộ đưa cho hội-đồng bản ngân-sách dự trù thu nhập các món thuế trong năm 1925,. cộng lại được 8.221.911 $ 44, giao cho hội-đồng xét.

Hội đồng xin từ nầy về sau, ngân-sách dự trù chi thu, và chi tiêu, cùng các vấn đề thì nhà-nước phải đưa trước cho các nghị-viên, 15 ngày đặng nghĩ trước đến kỳ hội-đồng, thì đem các ý kiến bàn lại mà trình cho nhà-nước thì có thể tiện hơn.

Trước hết bàn về khoản hương trường, thì hội-đồng đều xin nhà nước giảm các hương trường và xin cho các làng được tự tiện lập tư trường, vì các trường công thì tiện cho học trò làng sở tại đó mà thôi, còn các làng phụ thì nhiều làng xa trường không tiện cho trẻ con đi học.

Duy chỉ ba tỉnh Phú-Yên, Phanrang, và Phan-Thiết thì xin lưu các trường làng như cũ.

Hội-đồng lại tiếp được tòa giao cho các nghị-viên mỗi ông một bản dự trù ngân-sách chi tiêu về khoản sau nầy: 1· — Lương các quan Lục-Lộ; 2· — Công tác tu bổ; 3· — Công tác mới.

Đúng 10 giờ Hội-Đồng giải tán.

Thư-Ký, *Nghị-Trưởng,*

Signé: LÊ-CƯƠNG-PHỤNG *Signé:* HÀ-ĐẰNG

Vu :

Le Résident Supérieur en Annam,

Signé: P. PASQUIER

Procès-Verbal de la séance du matin du 16 Septembre 1924

Le 16 Septembre 1924, à 8 heures du matin, tous les Nghi Viên étaient présents. Le fonctionnaire délégué du 2e bureau de la Résidence Supérieure leur fait remettre copies des chapitres des recettes et dépenses pour l'exercice 1925 dont le montant s'élève à 8.221.911p.41

La Chambre exprime unanimement le désir que dorénavant l'Administration veuille bien lui soumettre le projet de budget — chapitre des recettes et des dépenses ainsi d'ailleurs que toutes les questions sur lesquelles elle est appelée à émettre son avis, quinze jours avant la date de la session, pour lui permettre d'avoir le temps nécessaire de les étudier utilement.

*
* *

Après examen de la question relative au fonds de concours, la Chambre est d'avis de demander à l Administration la suppression de toutes les écoles communales officielles et l'autorisation de créer des écoles privées. Les écoles communales officielles ne sont en effet commodes que pour les élèves de la localité tandis que les élèves des villages avoisinants qui ont contribué pourtant à l'entretien de cette école ne peuvent pas y venir faire leurs études, étant donné l'éloignement de leurs demeures. Cependant, les délégués des provinces de Phuyen, Phanrang et Phanthiet demandent, au contraire, le maintien des écoles communales.

*
* *

Le fonctionnaire délégué du 2e buresu fait remettre à chacun des membres des copies des chapitres 22, 23, et 24 concermant les travaux avec plan de campagne des travaux d'entretien et travaux neufs à exécuter.

La séance est close à 10 heures du matin.

Le Secrétaire — *Le Président*
Signé : LE-CUONG-PHUNG. — *Signé* : HA-DANG.

Vu :

Le Résident Supérieur en Annam,
Signé : PASQUIER.

Hội-đồng ngày 16 Septembre 1924 *(buổi chiều)*

Hội-đồng bàn về việc tiền nạp thục công ích. — Các ông nghị-viên thì phần nhiều ưng cho nạp thục tất cả năm ngày, song xin nhà-nước rằng hễ dân đã nạp thục rồi thì về phần Lục-lộ làm việc chi phải mướn người làm lấy.

Còn việc tư ích thời Hội-đồng xin nhà nước tư giấy nhắc lại cho các quan Công-Sứ các tỉnh rằng, tư ích là phần riêng của các làng, thì phải để cho làng dùng mà thôi, không được đem ra mà làm.

Hội đồng tiếp tỏa giao cho nghị-viên mỗi ông một bản ngân sách dự trù chi tiêu về khoản 1• — Các sở tàu-thủy; 2• — Sở Canh-nông (lương và tiền tu bổ); 3• — Sở khán-lâm (lương và tiền tu bổ).

Năm giờ Hội-đồng giải tán.

Thư-Ký,
Signé : LÊ-CƯƠNG-PHỤNG

Hội-Trưởng,
Signé : HÀ-ĐẲNG

Vu :
Le Résident Supérieur en Annam,
Signé : P. PASQUIER

Procès-Verbal du 16 septembre 1924 (après midi)

Délibération sur le rachat des journées de prestation.

La plupart des Délégués expriment le désir que toutes les cinq journées de prestation soient rachetées, et que l'Administration des Travaux Publics recrute la main d'œuvre par ses propres soins.

En ce qui concerne les cinq journées de Tu-Ich, la Chambre prie l'Administration de bien vouloir rappeler aux Résidents Chefs de province que les corvées de cette nature sont destinées aux travaux d'intérêts privés des villages et que, par conséquent elles doivent être exclusivement réservées aux communes.

Une copie du Budget de dépenses de l'exercice 1925 est ensuite communiquée à chacun des Nghi-Viên pour les chapitres ci-après :

Service Maritime.

Service Agricole - Personnel et matériel.

Service Forestier - Personnel et matériel.

La séance est levée à 5 heures du soir.

Le Secrétaire	*Le Président*
Signé : LE-CUONG-PHUNG.	*Signé* : HA DANG.

Vu :

Le Résident Supérieur en Annam,

Signé : PASQUIER.

Hội-đồng ngày 17 Septembre 1924 (*buổi sáng*)

Hội-đồng đủ mặt, quan Hội-trưởng bố cáo ra giữa hội rằng : các Nghị-viên ông nào có ý kiến gì hoặc có trần thỉnh điều gì thì làm giấy trình trước cho ngài biết đặng ngài xét trình lại cho quan Khâm-sứ : tất cả Hội-viên đều nài một sự là nhà-nước không cứ theo chương-trình nghị định hội Tư-vấn, những cái vấn-đề trong hai kỳ hội-đồng nầy thì nhà-nước không đưa cho trước 15 ngày đề đến lâm thời hộ nghị rồi, nhà-nước mới đưa ra thì các Nghị-viên không thể nghĩ kịp được. Nay hội-đồng xin nhà-nước phải y theo chương-trình, từ rày về sau, có cái vấn-đề gì, thì nhà-nước phải đưa trước cho các Nghị-viên, đặng có nghĩ trước có ý kiến gì đặng khi vào hội-đồng mà bàn định.

Hội-đồng tiếp tỏa giao cho mỗi ông Nghị-viên một bản ngân sách dự trù chi tiêu về khoản sau nầy : 1· — Sở Y-chánh ; 2· — Sở Thú-y.

Đến 10 giờ hội-đồng giải tán.

Thư-ký — *Nghị-trưởng*

Signé : LÊ-CƯƠNG-PHỤNG — *Signé* : HẢ-ĐẢNG

Vu :

Le Résident Supérieur en Annam,

Signé P. PASQUIER

Procès-Verbal de la réunion du 17 Septembre 1924 matin

Quand tous les membres sont présents, le Président les pris de lui remettre par écrit les vœux qu'ils auraient à formuler pour qu'il les examine et les transmette à M. Le Résident Supérieur. Tous les Nghi-Viên sont unanimes à faire remarquer qu'au cours de ces deux dernières sessions l'Administration a perdu de vue les règlements de la Chambre du fait qu'elle ne lui à pas communiqué 15 jours à l'avance les questions soumises à son examen. Ce n'est qu'en pleine séance qu'on demande son opinion sur ces questions, de sorte que le temps matériel lui fait défaut pour pouvoir les examiner de façon sérieuse.

A cet effet, la Chambre se permet de rappeler à l'Administration qu'à l'avenir, elle désirerait que la communication de toutes les affaires sur lesquelles elle est appelée à émettre son avis fût donnée à temps à ses membres pour leur permettre de les étudier utilement.

Chacun des Délégués reçoit ensuite une copie du budget de dépenses de l'exercice 1925, concernant les chapitres suivants :

1·/ Service Vétérinaire et des Epizooties.

2·/ Assistance médicale.

La séance est levée à 10 heures.

Le Secrétaire — *Le Président*

Signé : LE-CUONG-PHUNG. — *Signé* : HA-DANG.

Vu :

Le Résident Supérieur en Annam,

Signé : PASQUIER.

Hội-đồng ngày 17 Septembre 1928 ***(buổi chiều)***

Hội-đồng bàn về việc tàu-bay đạc-điền :

Hội-đồng bàn rằng về khoản ấy thì thật là một cái vấn-đề khó giải quyết, đề nghỉ lại cho chín đá đến sáng mai nhóm hội-đồng sẽ trình.

Hội-đồng tiếp tòa đưa một bản hiều cáo về khoản đồi giấy quốc-trái sau nầy.

Các lẽ trên ấy thì hội-đồng xin nghỉ lại đến hôm sau trình lại cho nhà-nước.

Năm giờ hội-đồng giải tán.

Thư-ký	*Nghị-trưởng*
Signé : LÊ-CƯƠNG-PHỤNG	*Signé :* HÀ-ĐẰNG

Vu :

Le Résident Supérieur en Annam,

Signé : P. PASQUIER

Procès-Verbal de la séance du soir du 17 Septembre 1924

La chambre délibère sur la question du cadastrage par avion. Elle estime qu'il s'agit là d'une question fort difficile à résoudre et qu'il faut en conséquence y apporter de mûres réflexions avant d'émettre un avis.

La Résidence Supérieure fait remettre à chacun des Nghi-Viên une note en quôc ngu relative à la transformation des titres au porteur en titres nominatifs.

La chambre promet d'examiner cette question et de faire connaitre son avis à l'Administration à la séance prochaine.

La séance est close à 17 heures.

Le Secrétaire — *Le Président*

Signé : LE-CUONG-PHUNG — *Signé* : HA-DANG

VU :

Le Résident Supérieur en Annam

Signé : PASQUIER

Sự tiện lợi về khoản đổi dấy quốc-trái không tên thành ra dấy quốc-trái có tên.

Khoản thứ nhứt nói về dấy quốc-trái có tên:

Những cái dấy quốc trái có tên nếu có thất thoát đi, hoặc bị ăn trộm, thì chủ dấy không có sự gì thiệt hại cả: như mất đi hoặc bị ăn trộm mà chủ dấy muốn lãnh tiền lời, hoặc lãnh tiền vốn lại khi mãn hạn, hoặc xin bản sao khác, hoặc dương mại cho người khác, thì không lấy gì làm khó. Khi dấy quốc-trái có tên mà bị hủy tiêu đi, thì chủ dấy ấy có lẽ xin một bản sao khác được, cái bản sao ấy cũng chiếu lệ cách thức như bản chánh vậy. Nhưng chủ mất dấy phải khai báo cho minh bạch rằng cái dấy bị mất đi, là thiệt dấy của mình và vì lẽ gì dấy ấy bị hủy tiêu đi.

Theo lệ thì dấy quốc-trái có tên không đem chuyền mãi mại được, vì dấy ấy là một cái văn-khế tài-sản của người đã có tên trong dấy. Người chấp thủ cái dấy quốc-trái của người khác, bất câu đã lâu hay là mau, thì thị như một người chủ tạm mà thôi. Còn như người chấp thủ lãnh tiền lời dấy ấy thì cũng tạm lãnh mà thôi.

Người chấp thủ dấy quốc-trái, nếu đã lãnh tiền lời được ba mươi năm rồi thì sau rồi cũng phải trả tiền lời ấy lại cho người chánh-chủ, vì tiền lời và tiền vốn dấy quốc-trái có tên là không chuyền mãi được.

Dấy quốc-trái có tên bị thất lạc hoặc bị ăn trộm, thì chánh chủ dấy ấy phải khai rằng dấy của mình đã bị mất đi, để ngăn trở người được dấy ấy không được đổi tên, người chánh chủ cũng có lẽ ngăn trở không

Avantages obtenus par la conversion des Titres aux porteurs en titres nominatifs

1°/ *Au point de vue de la perte et du vol* ou de destruction.

La perte et le vol des titres nominatifs ne donnent lieu à aucune difficulté sérieuse soit pour le paiement des dividendes, soit pour le remboursement du capital en cas d'amortissement du titre, soit pour la délivrance d'un duplicata, soit pour la négociation du titre:

a/ En cas de destruction d'un titre nominatif, le propriétaire du titre, à la condition de prouver sa propriété et la destruction, peut exiger un duplicata conçu dans la même forme que le titre primitif et négociable comme lui.

b/ Il est admis que les titres nominatifs *ne peuvent être acquis, par la prescription*, ils constituent en effet des créances au nom d'une personne dénommée; le possesseur, quelle que soit la durée de la possession, ne peut en conséquence être qu'un détenteur précaire.

Il en est de même des arrérages d'une rente nominative. Le tiers détenteur qui aurait perçu ces arrérages, même pendant 30 ans, doit les restituer à la personne dont le nom est inscrit sur le titre, car les arrérages sont imprescriptibles comme le capital.

c/ Le propriétaire de titres nominatifs perdus ou volés peut, en signifiant - à la société - une opposition au transfert des titres, empêcher le détenteur du titre à opérer le transfert à son profit ou au nom d'un tiers.

En outre par une opposition au paiement des intérêts et dividendes, il peut empêcher le tiers détenteur de les percevoir.

d/ En cas de perte d'un titre nominatif le propriétaire peut également exiger un nouveau titre en payant les frais de la délivrance du nouveau titre. D'autre part, le détenteur d'un titre nominatif perdu, volé ne pourra pas en obtenir le remboursement, ce dernier étant subordonné à la condition que le porteur justifie de son identité avec la personne dont le nom est sur le titre.

cho trả tiền lời dấy quốc-trái ấy cho người chấp thủ dấy của mình khi cái dấy có tên mà bị mất đi, người chủ được xin một bản sao khác, nhưng phải chịu tiền phí tổn làm bản dấy ấy. Và lại người dữ dấy của người khác, đã bị thất thoát hoặc mất ăn trộm, thì không được đòi tiền, nếu người ấy muốn đòi tiền cho được, thì phải khai minh bạch căng-cước của mình và của người chánh chủ có tên trong dấy quốc-trái đó.

Dấy quốc-trái và dấy lãnh lời, nếu như bị mất đi, thì người chánh chủ đã bị mất dấy ấy, hễ đáo hạn lãnh lời thì cũng xin lãnh tiền ấy được.

Khoản thứ hai nói về dấy quốc-trái không tên.

Như dấy quốc-trái không tên mà bị thất thoát đi, hoặc bị ăn trộm, thì chủ dấy ấy không thể xin bản sao khác được, mà xin trả tiền lời hay tiền vốn cũng không được, nghĩa là mất rồi thì chịu, chớ không xin thay đổi như dấy quốc-trái có tên được. Dấy quốc-trái không tên bị mất đi, mà người chủ muốn xin dấy khác lại, thì cách khai báo nhiều chuyện khó khăn lắm. Như dấy quốc-trái không tên bị thất lạc, hoặc bị mất ăn trộm, thì cách thức khai báo như thế này :

Chủ dấy quốc-trái không tên, bị thất thoát hoặc bị mất ăn trộm, phải khai tại tòa-án như cách sau nầy: tờ khai ấy phải làm hai bản :

1· — Một bản gởi qua hội quốc-trái bên thành Paris, và khai vào trong nhựt-trình hội ấy, cái số hiệu dấy quốc-trái bị mất ;

2· — Một bản phải giao cho người đại-diện hội ấy, để xin đừng trả tiền lời hay tiền vốn dấy quốc-trái ấy cho người khác đã được dấy ấy.

Như muốn lãnh tiền lời dấy quốc-trái không tên mà đã bị mất đi, thì phải theo cách như thế nầy :

1· — Khi khai mất dấy ấy phải chờ cho đủ một năm mới đặng ;

e/ De même en cas de perte ou vol des titres nominatifs ou de leurs coupons, le propriétaire dépossédé peut exiger, dans certains cas, que les dividendes et intérêts lui soient payés dès leur échéance.

2e — Titres au porteur

Il en est autrement en ce qui concerne les titres au porteur. Au cas de perte ou même de vol de titres au porteur, le propriétaire dépossédé ne peut en principe obtenir de la société qui a émis le titre *soit la délivrance d'un duplicata soit le remboursement du capital* ou *le service des arrérages.*

Les formalités à remplir dans ce cas par le propriétaire dépossédé sont longues et compliquées.

Formalité à remplir au cas de perte ou de vol d'un titre au porteur

Le propriétaire d'un titre au porteur perdu ou volé doit faire une double opposition par exploit d'huissier

1°/ Entre les mains du Syndicat des agents de change de Paris et faire publier en même temps des numéros des titres perdus au bulletin du syndicat ;

2°/ Entre les mains du représentant de l'établissement débiteur, pour empêcher le paiement des coupons ou du capital entre les mains du porteur du titre.

Conditions pour obtenir le paiement des coupons.

3 conditions essentielles sont nécessaires

1°/ Il faut qu'un an se soit écoulé depuis l'opposition

2°/ L'opposant doit obtenir l'autorisation du Tribunal Civil ;

3°/ L'opposant doit fournir caution ou à défaut un nantissement en rentes sur l'état.

Conditions pour obtenir le paiement du capital.

Le paiement du capital est subordonné aux mêmes conditions que le paiement des intérêts et dividendes.

2· — Người khai dấy bị mất phải xin phép Tòa-án ;

3· — Người khai dấy mất phải nộp tiền quị, nếu không có tiền quị thì phải điền chấp dấy lời của mình.

Như muốn lãnh tiền vốn lại, thì cũng phải khai báo theo như cách lãnh tiền lời mà làm.

Như muốn lãnh một bản sao dấy quốc-trái không tên mà đã mất đi, thì phải theo như cách sau nầy, song cũng khó khăn lắm.

1· — Từ khi xin phép lãnh tiền lời dấy mất, phải cho đủ mười năm thì mới lãnh bản sao được, nhưng trong mười năm ấy, không có ai khiếu nại gì mới lãnh được.

2· — Những số hiệu dấy quốc-trái không tên, bị mất đi, phải có khai trong nhựt-trình Hội quốc-trái.

3· Người khai dấy quốc-trái mất phải chịu tiền phí tồn mà lãnh dấy mới khác.

Conditions pour obtenir un duplicata du titre.

Les conditions sont encore plus rigoureuses pour obtenir un duplicata.

1°/ Il faut que 10 ans se soient écoulés depuis l'autorisation de toucher les coupons sans que l'opposition ait été contredite.

2°/ Il faut que les numéros des titres perdus aient été publiés au bulletin du syndicat des agents de change.

3°/ Il faut que le requérant paie les frais de délivrance du duplicata.

Hội đồng ngày 18 Septembre 1924 *(buổi sáng)*

Trả lời về khoản công-ích nạp thục

Nhà nước định lệ mỗi tên dân một năm phải năm ngày công-ích, đã cho thục hai ngày, còn ba ngày thì ứng dịch. Mấy lâu nay, ba ngày ấy, có nơi bắt ứng dịch, có nơi đã cho thục cả rồi.

Bây giờ xin nhà-nước cũng xét theo tình thế nơi nào nguyện nạp thục thì cho thục, nơi nào nguyện ứng dịch thì cho ứng dịch, giao cho quan Công-sứ các tỉnh lấy lẽ công bằng mà làm.

Những nơi nào đã cho nạp thục rồi thì để cho dân yên phận làm ăn nếu nhà-nước có cần đến nhân công thì thuê cu-li làm, đừng bắt buộc dân phải đi làm nữa.

Còn năm ngày tư tích là nhà-nước đã định cho để làm việc trong làng, cũng có nơi công-ích cho nạp thục nhiều thì thiếu nhân công làm việc trong tỉnh, lại bắt tư-ích đi làm, thế thì công tư không minh bạch, lại thêm sự khổ cho dân xin nhà-nước từ nầy tư ích cứ để làm việc cho làng đừng bắt đi làm nơi khác nữa.

Procès-Verbal de la séance du matin du 18 Septembre 1924

Réponse à la question du rachat des prestations

L'Administration a décidé - arr. 30 Décembre 1908 que chaque habitant sera tenu de fournir annuellement cinq journées de prestations dont deux seront obligatoirement rachetables et dont les trois autres seront payées en nature. Or depuis quelque temps ces trois dernières sont acquittées en nature dans certaines provinces et sont totalement rachetées dans d'autres.

Aujourd'hui la chambre demande à l'Administration de vouloir bien, suivant les besoins de la région, autoriser les villages qui en feront la demande, soit à racheter intégralement les journées de prestation, soit à fournir ces dernières en nature. A cet effet, l'Administration voudra bien charger MM. les Résidents Chefs de province de prendre des décisions avec équité.

Il y aurait lieu, dans ces conditions, de laisser tranquillement à leurs moyens d'existence les habitants des villages qui auront déjà intégralement racheté leurs journées de prestations. Quand l'Administration aurait besoin de main d'œuvre, elle recruterait les coolies par ses soins, sans obliger les habitants à exécuter des travaux d'intérêt public.

En ce qui concerne les cinq journées de Tu-Ich, l'Administration a bien voulu les destiner aux travaux d'intérêt privé du village. Or, dans certaines circonscriptions où les prestations dites cong ich sont totalement rachetées, on est obligé de recruter les Tu-Ich pour exécuter des travaux dans la province. Il en résulte que l'emploi des Cong Ich et Tu-Ich est devenu arbitraire, ce qui augmente la charge des habitants.

La Chambre demande à l'Administration de vouloir bien dorénavant réserver exclusivement les journées de Tu-Ich aux communes et ne pas les détourner de leur destination normale.

Trả lời về khoản tàu bay đạc-điền

Vấn sự đạc điền tàu bay là tiện lợi lắm, bởi vì giải hạn ruộng đất rõ ràng, thời khỏi sự kiện bọng lôi thôi về sau. Song Hội-đồng nghĩ rằng về sự phí tồn ấy thì nhà-nước lấy trong ngân sách thu nhập mà dùng, nếu ngoài sưu thuế mà còn gia thu nữa thì cực dân lắm.

Thư-Ký, *Nghị-Trưởng,*

Signé : LÊ-CƯƠNG-PHỤNG *Signé*: HÀ-ĐẰNG

Vu :

Le Résident Supérieur en Annam,

Signé : PASQUIER

Réponse à la question du cadastrage par avion

Il est établi que le cadastrage par avion est commode parce qu'il peut éviter aux populations les contestations, en délimitant les rizières et terrains de chacun des propriétaires. Tous les membres sont à même de comprendre cet avantage incontestable. Mais la Chambre estime qu'en ce qui concerne les dépenses résultant de ce cadastrage, l'Administration doit les imputer au budget et ne pas les laisser à la charge des habitants qui ont déjà des impôts à verser.

Le Secrétaire — *Signé* : LE-CUONG-PHUNG.

Le Président — *Signé* : HA-DANG.

Vu :

Le Résident Supérieur en Annam,

Signé : PASQUIER

Hội đồng ngày 18 Septembre 1924 (*buổi chiều*)

Đúng ba giờ, các Nghị-viên đến đủ mặt, quan Chưởng-Lý Phòng Nhứt đến hiểu cáo rằng hôm qua ngài đã giao cho Hội-viên một tờ giảng nghĩa nói về sự lợi hại về giấy quốc-trái có tên và không tên, nay ngài lại tới nói cho rõ ràng cái lợi hại về mấy cái giấy quốc-trái có tên và không tên mà các xã thôn đã có đại ý rằng mấy cái giấy có tên mà các xã thôn có là thiệt là của riêng của các xã thôn ấy mà khi nào giấy quốc-trái có tên mà mất đi, thì người có giấy đó được lãnh lợi lãnh vốn như thường không khó khăn gì lắm mà nếu có muốn lãnh cái bằng sao cũng dễ chỉ phải chịu phí tổn mà thôi.

Quan Chưởng-lý phòng nhứt lại nói rằng, còn về giấy quốc-trái không tên, thì công việc khác lắm.

Ngài giảng giải rằng giấy quốc-trái không tên mà có mất đi, thì người có giấy đó phải làm nhiều cách thức khó khăn lắm lắm, phải nộp tiền quị, phải khai trình với tòa án, phải khai báo với Hội đã làm ra giấy vay ấy, và như có muốn lãnh bản sao thì phải chờ cho đủ mười năm rồi mới được. Xem vậy thì công nghiệp, phí tổn cũng bằng tiền mua một cái dấy mới — Quan Chưởng-lý phòng nhứt lại nói rằng bên Tây mấy người phú-hộ đều ưng dấy có tên hơn dấy không tên.

Sau khi quan Chưởng-lý phòng nhứt đã giảng giải rõ ràng rồi, thì cả hội-đồng đều ưng thuận theo sự đổi dấy trái không tên sang dấy có tên, bởi vì đã rộ sự tiện lợi như thế.

Ông Hội trưởng nói rằng như nhà-nước đã biết sự tiện lợi như thế, sao lúc trước nhà-nước không nghĩ định làm như thế.

Procès-verbal de la séance du soir du 18 Septembre 1924

A trois heures de l'après-midi, tous les membres sont présents M. le Chef du 1er bureau vient exposer à la Chambre comme suite à la note en quoc-ngu dont il a fait remettre des copies aux membres, les avantages qui résulteraient pour les villages de la conversion en titres nominatifs des titres au porteur qu'ils possèdent actuellement. Il explique que les titres nominatifs offriraient aux villages plus de garantie en cas de perte, de vol ou de destruction. Ils pourraient en effet dans l'une des éventualités susvisées obtenir sans aucune difficulté, soit la délivrance d'un duplicata. soit le paiement des dividendes. Il leur serait plus facile également de se faire rembourser le capital en cas d'amortissement du titre. Pour obtenir un duplicata, les villages auront seulement à payer les frais de délivrance du nouveau titre.

Le Chef du 1er bureau ajoute qu'il en est autrement en ce qui concerne les titres au porteur : il explique qu'en cas de perte de titres au porteur, les propriétaires dépossédés doivent pour obtenir soit la délivrance d'un duplicata, soit le paiement des coupons, soit le remboursement du titre, remplir des formalités longues compliquées et souvent onéreuses. Ils sont tenus notamment de faire opposition par exploit d'huissier à l'Établissement débiteur et dans la plupart des cas ils doivent fournir caution pour obtenir le paiement des dividendes. En outre ils devront dans tous les cas attendre que 10 années se soient écoulées pour pouvoir obtenir un duplicata du titre perdu.

Le Chef du 1er Bureau ajoute enfin que les collectivités en France ont reconnu des avantages des titres nominatifs et que la plupart possèdent aujourd'hui des titres nominatifs.

Après les explications qui précèdent tous les Membres approuvent le principe de la transformation des titres au porteur en titres nominatifs, vu les avantages qui en résultent.

Le Président de la Chambre prend la parole et

* * *

Hội-đồng tiếp Tòa giao ra một bản ngân-sách dự-trù chi tiêu về Học-chánh mục 33 và 34 lương phạn và tu bổ.

Đến năm giờ Hội-đồng giải tán.

Thư-ký *Nghị-trưởng*

Signé: LÊ-CƯƠNG PHỤNG *Signé:* HÀ-ĐẰNG

Vu :

Le Résident Supérieur en Annam,

Signé: P. PASQUIER

fait remarquer que puisque l'Administration n'ignorait pas ces avantages, pourquoi n'a-t elle pas pris des mesures nécessaires lors des derniers emprunts.

* * *

La Résidence Supérieure a fait distribuer à chacun des Nghi-Vien, les copies des chapitres 34 et 35 concernant le personnel et le matériel de l'Enseignement en Annam.

La séance est close à 17 heures.

Le Secrétaire *Le Président*

Signé : LE-CUONG-PHUNG *Signé* : HA-DANG

VU :

Le Résident Supérieur en Annam
Signé : PASQUIER

Hội-đồng ngày 19 Septembre 1924 (*buổi sáng*)

Bàn định về sự Học phí

Đúng tám giờ, Hội-đồng các Nghị-viên đến đủ mặt ;

Hội đồng trả lời về sự trù phí học trường làng ;

Kỳ Hội đồng năm ngoái Nghị-viên chúng tôi từ Nha-Trang đến Thanh-Hóa có xin bãi trường làng, vì có trường ấy có nhiều đều bất tiện, như là trường ở cách xa, trẻ nhỏ đi học không tiện, chỉ học trò gần trường được học mà thôi, thầy giáo ở xa quan ; nhiều thầy dạy không chuyên cần, đến khi không đi học, lại trình báo đòi bắt ; đã phiền quan lại khổ dân ; có làng không học trò mà cũng phải nạp bạc. Mấy đều bất tiện đó chúng tôi đã kê rõ trong tờ xin năm ngoái rồi ; nhưng chưa thấy nhà-nước trả lời cho thế nào ; bây giờ Quan-lớn lại hỏi sự trù phí trường làng thì chúng tôi tưởng sự ấy thêm phiền phí cho dân xin bãi, và xin cho dân gian tùy tiện lập tư-trường thì tiện hơn.

* * *

Hội-đồng tiếp Quan Chưởng lý-phòng-nhứt đến giảng giải về sự tiện lợi tàu bay đạc-điền đại ý rằng : sự tàu bay đạc-điền thì ở bên Tây đã thi hành rồi và có thành hiệu còn như ở Annam thì nhà-nước mới làm thử ở tỉnh Nghệ-an ; chắc cũng có ngày thành hiệu. Phàm những người có điền thổ mà đã được tàu bay đạc rồi thì có đồ bản giới hạn phân minh thước tấc sào mẫu dành rành, mình giữ cái bản đồ ấy không

Procès-Verbal
de la séance du 19 Septembre 1924 (matin).

Réponse à la question relative aux fonds de concours.

Lors de la session ordinaire de 1923, les Nghi-Viên de toutes les provinces du Nord au Sud avaient émis le vœu que fussent supprimées toutes les écoles communales dont l'existence présente des inconvénients, en ce sens que seuls les élèves du village où se trouve l'école peuvent y venir faire leurs études, tandis que ceux des villages avoisinants ne le peuvent pas en raison de l'éloignement.

D'autre part la plupart des giao-su, loin de la surveillance de l'autorité compétente négligent leurs fonctions, et lorsque l'école est désertée du fait de cette négligence ces maîtres s'adressent à l'autorité qui convoque les autorités communales. Cette pratique occasionne non seulement des dérangements à l'autorité supérieure, mais encore aux habitants.

Il est du reste contraire à l'équité que les villages qui n'ont pas d'élèves à envoyer à cette école communale contribuent également à son entretien.

Tous ces inconvénients ont déjà été exposés dans un mémoire que la Chambre a eu l'honneur de soumettre à l'administration l'année dernière, mais aucune suite n'a encore été donnée à ce vœu.

Maintenant que l'autorité supérieure demande notre avis que la question des fonds de concours, nous émettons l'avis de supprimer les écoles communales qui pour les raisons exposées ci-dessus ne peuvent que causer des dérangements inutiles à la population, et d'autoriser les habitants à créer des écoles privées, selon leurs besoins et leurs moyens.

*
* *

Le Chef du 1er Bureau vient nous donner de vive voix des explications sur les avantages du cadastrage

có khi nào ai xâm chiếm được mà sinh ra sự kiện cáo lôi thôi ; và lại sự phí tổn ấy chẳng bao nhiêu mà chủ có đất ruộng được giữ sự vững vàng đời đợi. Ngài lại trích ra từng khoản trong bản hội nghị ở tỉnh Nghệ-an cách thức rõ ràng, cắt nghĩa cho hội-đồng nghe. Quan Nghị-trưởng nói rằng ;về cái vấn-đề ấy thì hội-đồng chúng tôi đã đồng ý kiến trả lời trong biên bản rồi, cũng vẫn hiểu là một sự tiện lợi cho dân, song về cái món tiền phụ-phí thì xin nhà-nước châm chước nói trong ngân-sách thu nhập mà thôi xin đừng phiền đến dân.

Mười giờ hội-đồng giải tán.

Thư-Ký	*Hội-Trưởng*
Signé : LÊ-CƯƠNG-PHỤNG	*Signé :* HÀ-ĐẰNG

Vu :

Le Résident Supérieur en Annam,

Signé : P. PASQUIER

par avion Il dit que le cadastrage par photographies sériennes déjà essayé dans la province de Vinh et dans certaines régions de la France a donné des résultats suffisamment précis pour envisager dès maintenant la confection d'un plan parcellaire des communes.

Les terrains et rizières étant exactement délimités au moyen du cadastrage par avion et les superficies étant clairement indiquées sur des plans qui en feront foi, les propriétaires munis désormais de titres d'une valeur juridique incontestable n'auront plus à craindre des empiètements et n'auront plus de difficultés à faire respecter leurs droits en cas de contestations. Les dépenses résultant de ce cadastrage ne seront pas d'ailleurs très élevés. Il montre aux membres certains passages du Procès-verbal du Conseil Provincial de Nghean où se trouvent mentionnées diverses opérations que comporte le cadastrage par avion, et les conditions dans lesquelles s'effectuerait la remise des titres aux propriétaires.

Le Président de la chambre répond à M. Le Chef du 1er bureau que pour cette question, tous les membres ont déjà émis un avis qui figure au procès-verbal de la précédente réunion. Il ajoute que les membres ne sont pas sans comprendre que ce cadastrage est avantageux aux proriétaires fonciers, mais qu'en ce qui concerne les dépenses occasionnées par ce cadastrage, les membres désirent que l'administration veuille bien les mettre à la charge du budget, et non pas à celle de la population.

La séance est close à 10 heures.

Le Secrétaire	*Le Président*
Signé: LE-CUONG-PHUNG.	*Signé*: HA-DANG.

Vu :

Le Résident Supérieur en Annam,

Signé: PASQUIER.

Hội-đồng ngày 19 Septembre 1924 *(buổi chiều)*

Hội-đồng yêu cầu về sự cưu hoang

Hội-đồng chúng tôi vâng lịnh nhà-nước, thể ý quốc dân, có lòng kính trọng xin nhà-nước một việc sau nầy :

Xứ Trung-kỳ là một xứ đất hẹp dân nghèo, hễ nơi nào gặp phải thiên tai, thì sự hoán khiểm chắc là không khỏi. Xưa nay khi nào sảy ra sự hoang khiểm nhà-nước vẫn hết lòng chẩn cứu, nhưng có khi tai biến to quá nhà-nước không thể nào chẩn cứu cho được hết, còn khi bình nhựt nhà-nước tìm phương phòng bị trước thì hoặc sức lập xã-thương, sức đặt cưu hoang điền vân vân... nhưng mà mấy việc ấy vốn là để phòng khi tai biến, trở lại sinh ra nhiều tệ đoan, chứa tiền chứa lúa trong làng, chẳng qua để làm lợi riêng cho hào lý mà thôi, của dân trích ra mà đến khi đói khát dân không được hưởng, lại sinh ra kiện cáo, tồn dân, phiền quan. Bấy giờ xin nhà-nước hạ lịnh sức cho người trong nước, hễ gặp khi đói khát, thì người cả nước phải giúp lẫn nhau, mà nhà-nước chủ trương việc ấy cho dân, nghĩa là : tỉnh nào đói thì nhà-nước hoặc quyền bạc công, hoặc đứng vay bạc ngân-hàng mà chẩn cứu cho kịp thời, khi hoang khiểm qua khỏi rồi, tính cả thảy số bạc chẩn cứu đó là bao nhiêu, tuyên bố ra cho người cả nước biết, rồi cứ chiếu theo số người trong nước, tự quan chí dân, chia ra mà chịu chung đến khi tỉnh khác có hoang khiểm cũng vậy.

Nhưng mà phần liễm cũng phải có chừng, mỗi người trong một năm nhiều nữa cũng đến hai giác mà thôi. Nếu gặp khi đại biến chẩn cứu đến một số bạc nhiều, tất cả người trong nước góp mỗi người hai giác

Séance du 19 Septembre 1924 (après midi)

Vœu de la Chambre au sujet des secours à la disette

Nous, représentants autorisés de la population, avons l'honneur d'attirer la haute attention de l'administration sur l'affaire suivante :

L'Annam est un pays étroit et pauvre, et s'il survient une catastrophe, la disette le suit incontestablement- Jusqu'ici, dès le premier signal d un malheur, l'administration ne manque jamais d'apporter son secours au peuble. Mais si la catastrophe est de grande importance, elle ne peut pas venir en aide utilement à tous les habitants éprouvés, malgré toute sa bonne volonté.

En temps ordinaire, l'Administration ne cesse de songer aux moyens de secourir le peuble en cas de disette soit par la création des greniers communaux soit par le prélèvement des parts de rizières à ce destinées, etc...

Or, ces mesures de prévoyance ne répondent généralement pas au but visé. Elles présentent de nombreux inconvénients et ne profitent qu'aux notables. La population qui contribue de ses deniers à la constitution des greniers publics n'en bénéficie pas en cas de détresse et les procés qui en résultent sont ruineux pour ceux qui les soutiennent tout en causant des dérangements inutiles aux magistrats.

Par les motifs ci-dessus exposés, nous nous permettons de demander à l'autorité de bien vouloir prescrire à tous les habitants de l'État de s'entr'aider mutuellement en cas de disette. Là où se signale un tel malheur, la chambre prie l'Administration de bien vouloir faire une avance sur son Budget ou intervenir auprès de la Banque de l'Indochine pour avoir en temps utile la somme nécessaire au soulagement des victimes. Le malheur passé, l'Administration répartirait proportionnellement la charge entre tous les habitants, aussi bien aux mandarins qu'aux simples dân. Cependant la contribution de chacun devrait être limitée : la part maxima

trả lại mà cũng không đủ, khi ấy nhà-nước sẽ quyên thêm của nhà giàu, hay là quyên cho phẩm hàm lấy hai món bạc ấy vào cho đủ mà thôi.

Còn sự đặt xã thương, đặt cưu hoang điền các việc ấy chỗ nào đồng dân trong làng thuận nhau thì làm, không thì thôi, quan đừng bắt ép.

Chúng tôi nghĩ việc ấy đã được việc cho dân, mà không tốn đến bạc công chi của nhà-nước, và sự hoang khiểm sảy ra nơi nào thì cứu được liền, dân khỏi đến phiêu lưu mà chết đói, như vậy thì nhà-nước vẫn có ơn với dân, mà về phần dân trong nước cũng liên lạc được cảm tình mà cứu giúp nhau khi hoạn nạn.

Còn đương khi chẩn cứu cũng có nhiều tệ đoan như là lại-dịch với hào lý nhũng lấm vân vân... thì xin nhà-nước nghiêm trừng tệ ấy để cho dân thiệt được nhờ ơn.

Le Secrétaire,
Signé : LÊ-CƯƠNG-PHỤNG

Le Président,
Signé : HÀ-ĐẰNG

Tous les membres ont signé ce vœu

Vu :
Le Résident Supérieur en Annam
Signé : P. PASQUIER

P. C. C.
Le Président,
Signé : HÀ-ĐẰNG

êt individuelle ne dépasserait pas 0$20 par an; si la somme ainsi recouvrée ne suffisait pas à rembourser la somme avancée, l'aide des richards et la souscription publique par l'octroi des grades de mandarinat seraient nécessaires; le déficit serait comblé par les deux derniers modes de perceptions.

La création des greniers publics ou le prélèvement des parts de rizières communales devraient rester facultatifs, selon les ressources et les moyens de chaque région. Nous pensions que cette façon de procéder permettrait de soulager le peuple tout en évitant une dépense aux finances publiques. En outre elle aurait l'avantage d'apporter un secours immédiat aux populations éprouvées, leur évitant ainsi l'émigration et la disette. De la sorte, les habitants resteront toujours reconnaissants envers l'administration et le sentiment de mutualité se développera chez eux dans les circonstances difficiles.

En ce qui concerne la répartition des secours, il serait à craindre les exactions commises par les agents et les autorités cantonales et communales, et pour prévenir ce cas, la chambre prie l'administration de bien vouloir veiller à ce que ces inconvénients ne se produisent pas pour permettre aux habitants de bénéficier intégralement des effets de son bienfait.

Le Secrétaire *Le Président*

Signé : LE-CUONG-PHUNG *Signé* : HA-DANG

VU :

Le Résident Supérieur en Annam

Signé : PASQUIER

Hội-đồng ngày 20 Septembre 1924 (*buổi sáng*)

Tám giờ Hội-viên đến đủ mặt, quan Hội-trưởng xét các giấy yêu cầu của các Nghị viên trình lại cho nhà-nước xét.

Các Nghị-viên Thanh-hóa xin trả lời riêng về ba cái vấn-đề kỳ này. Xin cho dân làm muối cả hai mùa và xin xét về sự phạt rượu lậu.

Nghị-viên Nghệ-an xin số tiền học phí bỏ chung vào sổ đinh-điền.

Nghị-viên Hà-tịnh xin khai thêm cầu cống ở gần đường hỏa-xa, và xe đá ở mé sông hạt ấy. Xin dân được mua giấy phép vào rừng đốn gỗ phiến, xin châm chước thuế gia tăng đất ruộng xấu. Xin giảm số tiền tư-ich vào số tu bổ học-trường.

Nghị-viên Quảng trị xin đào sông.

Nghị-viên Tourane xin giảm thuế môn-bài.

Nghị-viên Quảng ngãi xin đào sông.

Nghị-viên Bình-định xin đào sông, xin lập thêm tòa điện-báo.

Procès-Verbal de la séance du 20 Septembre 1924 (matin).

A huit heures du matin, tous les membres sont présents. Le Président de la Chambre reçoit les vœux présentés par les membres pour les soumettre à l'autorité supérieure.

Voici le résumé de ces vœux:

1°/ Les délégués de Thanhhoa demandent que les habitants soient autorisés à fabriquer du sel pendant les deux saisons et que l'administration veuille bien remanier les règlements relatifs à la répression de la contrebande de l'alcool. Ils émettent leurs avis personnels sur les trois questions de: rachat de prestations, fonds de concours et cadastrage par avion.

2°/ Les délégués de Nghe-An demandent que les propriétaires fonciers supportent, eux aussi comme les inscrits, les frais d'entretien des écoles communales.

3°/ Les délégués de Hatinh demandent d'augmenter le nombre des ponts et aqueducs sur la ligne ferrée traversant la province de Hatinh et de remblayer les rives des rivières souvent détériorées par les inondations. Ils demandent de délivrer des permis de coupe aux habitants pour qu'ils puissent aller couper des bois dans les montagnes. Ils demandent de diminuer les impôts perçus sur les terrains non fertiles, et de supprimer les Tu-Ich affectées à l'entretien des écoles pour lesquelles le fonds de concours est déjà prévu.

4°/ Les délégués de Quangtri demandent le creusement d'un tronçon de rivière.

5°/ Les délégués de Tourane demandent la diminution de l'impôt des patentes de cette ville et la suppression des taxes perçues sur les marchands ambulants.

6°/ Les délégués de Quang-Ngai demandent le creusement d'un tronçon de rivière.

7°/ Les délégués de Binh-Dinh demandent aussi le creusement d'une rivière et la création d'un bureau de poste dans la circonscription de Phu-My.

Nghị-viên Khánh-hòa xin lập nhà đinh điền.

Nghị-viên Phan-rang xin đào kinh, xin thuế xe trâu kéo, xin nước dẫn thủy nhập điền.

Nghị-viên Ninh-thuận xin nước dư dẫn thủy nhập điền đem vào ruộng.

Nghị-viên Thanh, Nghệ, Tịnh xin chung về sự lập thêm lớp trường Trung-học.

Mười giờ hội-đồng giải tản.

Thư-ký	*Nghị-trưởng*
Signé : LÊ-CƯƠNG-PHỤNG	*Signé :* HÀ-ĐẰNG

Vu :

Le Résident Supérieur en Annam

Signé : P. PASQUIER

8°/ Les délégués de Khanh-hoa demandent la création d'un service de concession agricole dans cette province pour défricher les terrains incultes.

9°/ Les délégués de Phanrang demandent de creuser les canaux et de supprimer les taxes des charrettes à buffles. Ils demandent que les habitants du Ninh-Thuan puissent profiter de l'excédent du débit d'eau provenant du canal d'irrigation de M. Pérignon et de la Mission.

10°/ Les délégués de Thanhhoa, de Nghean et de Hatinh demandent l'agrandissement des classes des collèges pour l'admission des élèves certifiés,

La séance est close à 10 heures.

Le Secrétaire
Signé: LE CUONG-PHUNG.

Le Président
Signé : HA-DANG.

Vu :

Le Résident Supérieur en Annam,
Signé : PASQUIER.

www.ingramcontent.com/pod-product-compliance
Ingram Content Group UK Ltd.
Pitfield, Milton Keynes, MK11 3LW, UK
UKHW022150170726
13837UKWH00004B/1893